Lakas and the Makibaka Hotel

Si Lakas at ang Makibaka Hotel

Story by / Kuwento ni
Anthony D. Robles

Illustrations by / Paglalarawan ni
Carl Angel

Translation by / Pagsasalin ni
Eloisa D. de Jesús

Children's Book Press
San Francisco, California

Struggle! Don't be afraid!
Makibaka! Huwag Matakot!

The spirit of *Makibaka* is the spirit of struggle.
When Pilipinos like my grandparents came to America in the early days, they brought *Makibaka* with them. When they picked lettuce in the fields, they planted the seeds of *Makibaka* beneath the blazing sun. Their boots kicked up the dust and dirt of *Makibaka*, which covered their hands and faces. The *Makibaka* wind carried them from California to Washington to Hawaii to Alaska and beyond, as they worked to create a future for their families and for Pilipinos yet to arrive in the United States.

Pilipinos have encountered many hardships, yet our songs of *Makibaka* have given us the strength to fight for our rights as human beings—for the right to organize as workers and for the right to housing. The spirit of *Makibaka* is alive as people of all colors struggle for these rights. This struggle continues to this day, here in San Francisco and in far away New York City, in cities in Michigan and Indiana and Missouri and all over the United States.

Huwag Matakot! **The spirit of *Makibaka* lives on here and all over the world. The spirit of *Makibaka* is the spirit of struggle, of love, and of laughter too.**

—Anthony D. Robles

Makibaka! Huwag Matakot!
Struggle! Don't be afraid!

Ang diwa ng Makibaka ay ang kaluluwa ng pagpupunyagi. Nang unang magdatingan ang mga Pilipino dito sa Amerika tulad ng lolo at lola ko, dinala nila ang diwa ng Makibaka. Sa kanilang pag-ani ng litsugas sa mga malawak na kabukiran ay kanilang itinanim ang binhi ng Makibaka sa ilalim ng matinding init ng araw. Tiniis nila ang alikabok at duming sumaklat sa kanilang mga mukha't kamay. Ang diwa ng Makibaka ang nagdala sa kanila mula California, Washington, mga isla ng Hawaii, Alaska at sa ibayo, habang masigasig nilang itinanim ang kinabukasan ng kanilang mga pamilya at mga kababayang Pilipinong mag-daratingan pa sa Amerika.

Marami nang paghihirap na nakasagupa ang mga Pilipino, ngunit ang ating mga awit ng Makibaka ang nagbigay ng lakas upang ipaglaban ang ating mga karapatang pang-tao—karapatang bumuo ng kapisanan ng manggagawa at karapatang magkaroon ng pamamahay. Ang diwa ng Makibaka ay mananatiling buhay sa lahat ng tao, anumang lahi, sa kanilang pakikipaglaban para sa kanilang mga karapatan. Ang pagpupunyagi ay patuloy hanggang sa ngayon, mula dito sa San Francisco hanggang sa New York, sa mga lunsod ng Michigan, Indiana, Missouri, at sa buong Amerika.

Makibaka! Huwag Matakot! Ang diwa ng Makibaka ay ang kaluluwa ng pagpupun-yagi, pagmamahalan, at kasayahan. Ito'y walang kamatayan.

—Anthony D. Robles

One fine day Lakas took a walk.
Cars zooooomed by. The sky was the color of mangoes.
   Suddenly Lakas heard,

TICK-A-BOOM!
TICK-A-BOOM!

A crowd was gathered around a man holding two sticks.
His two sticks hit six buckets. The man sang,
   "My name is **Tick A. Boom!**
   I play the buckets to pay for my room.
   The roof was leaking in my hotel room
   and the rain hit my buckets,
   TICK-A-BOOM! TICK-A-BOOM!"

People tossed money into Tick A. Boom's buckets.
   "Thank you for the music, Mr. Boom," said Lakas.
   He gave a penny and went on his way.

Isang araw, namasyal si Lakas. Maaliwalas ang langit at kulay ng mga manggang hinog. Pumaimbulog ang mga kotse sa kalye. Walang anu-ano ay narinig niya,

Tick-A-Boom! Tick-A-Boom!

Pinaligiran ng mga tao ang isang ginoong may hawak na dalawang patpat at pinatutunog ang anim na timba. "Ako ay si **Tick-A-Boom.** Pinatutunog ko ang aking mga timba upang makabayad ng renta. Ang bubong ng silid ay tumutulo kapag umuulan. Ang mga patak ay bumabagsak at sinasalo ng mga timba. TICK-A-BOOM! TICK-A-BOOM!"

Naglagay ng pera sa mga timba ang lahat ng nanonood kay Tick A. Boom.
"Salamat sa musika, Ginoong Boom," masayang wika ni Lakas.
Naglagay din siya ng pera sa isang timba at nagpatuloy sa kanyang paglalakad.

Lakas walked on, until suddenly— **TAP TAP TAP!**
A crowd of people was gathered around a man tap-dancing, faster and faster.
Smoke rose from his shoes and sparks flew from his heels.

"I am Firefoot," said the man. "I tap for a cent so I can pay my rent.
There are mice in my hotel room. Don't want to step on them so my feet
better move—fast!" Firefoot took off his shoe and passed it around.

Lakas placed a penny into his smoking shoe
and walked on down the street.

Nagpatuloy sa pamamasyal si Lakas nang bigla na lamang ay nakarinig siya ng **TAP! TAP! TAP!**

Nakapaligid ang isang grupo ng tao sa isang ginoong nagsasayaw ng tap.
Pabilis nang pabilis ang kaniyang pagpadyak hanggang sa umusok ang sapatos
niya at mamilansik ang kanyang takong.

"Ako si Firefoot" ang wika ng mananayaw. "Pinapadyak ang paa,
para pambayad sa renta. May mga daga sa silid kaya kailangang gumalaw ng
mabilis upang di sila matapakan." Pagkatapos alisin ni Firefoot ang kaniyang
sapatos, ito ay ipinasa-pasa sa mga nanunuod.

Naglalay si Lakas ng isang pera sa sapatos na umuusok
at nagpatuloy siya sa kaniyang paglalakad.

Soon Lakas came upon a strange looking man. He sat alone,
fast asleep and snoring. "Hi," said Lakas, **"Who are you?"**

The man woke suddenly and almost fell from his chair.
"My name is Fernando, **the Karaoke King.** Give me a dollar and I will sing."

Lakas searched his pockets but all he found were
two *adobo* peanuts and his lucky nickel. Fernando frowned.
"Is that all you have? Hmm, you are like a bird, little boy—
cheap cheap cheap! It'll take more than that for me to sing."

And with that, the Karaoke King turned and walked away, towards the Makibaka Hotel.

Lakas decided to follow him.

Sa paglalakad ni Lakas ay nakakita siya ng isang kakaibang lalaki.
Nag-iisa siyang nakaupo, tulog na tulog at naghihilik pa.
"Kamusta po. **Sino po ba sila?"** tanong ni Lakas.

Biglang nagising ang tao at halos nahulog mula sa inuupuan.
"Ako ay si Fernando, **ang Karaoke King.** Bigyan ako ng pera at ako ay kakanta."

Dumukot si Lakas sa bulsa niya ngunit wala nang laman ito kundi
dalawang butil na adobong mani at ang kaniyang masuwerteng singko.
Hindi nasayahan si Fernando.
"Iyan lamang ba ang dala mo? Katulad ka ng isang ibon, anak.
Kur-r-r-ripot! Kur-r-r-ripot! Kur-r-r-ripot!
Hindi sapat iyan para ako ay kumanta."

At pagkasabi nito, and Karaoke King ay papalayong lumakad
patungo sa Makibaka Hotel.

Naisipang sundan siya ni Lakas.

In the lobby of the Makibaka Hotel, Lakas looked around.

He recognized the people inside. He saw the owner of the Philippine Grocery store and the man who cut hair at the barbershop. He saw the man who swept the street and the woman who made popcorn at the movie theater.

"Excuse me. Do you know the Karaoke King?" Lakas asked one of the *manongs* sitting in the lobby.

"The Karaoke King lives upstairs,"
the man said, pointing to a flight of squeaky stairs.

Sa bulwagan ng Makibaka Hotel ay lumingap-lingap si Lakas.

Kakilala niya ang mga taong nandoon. Nakita niya ang may-ari ng Philippine Grocery Store at ang barbero sa pagupitan. Nakita din niya ang taga-walis ng kalye at ang tindera ng popkorn sa sinehan.

Lumapit si Lakas sa isang manong na nakaupo sa bulwagan at kanyang tinanong, "Makisuyo lang po. Kilala po ba ninyo ang Karaoke King?"

"Nakatira ang Karaoke King sa itaas,"
sagot ng manong at tumuro sa hagdang umaagitit.

Upstairs, Lakas came to an open door.
He looked inside the small room. Fernando was leaning over the sink,
dyeing his hair. A pot of rice boiled wildly on the stove.

Fernando looked up from the sink.
"Oh, it's the *adobo* peanut boy! Are you hungry?
Do you want a plate of fish and rice? Have some!"

"Thank you," said Lakas.
"Can you teach me to sing karaoke?" he asked.

"Sure!" said Fernando. "Come back tomorrow.
Maybe you can be a **Karaoke King** too."

Pagka-akyat ni Lakas ay sumapit siya sa isang pintong bukas.
Pagtingin niya sa loob ay nakita niya si Fernandong nakayuko sa lababo
at kinukulayan ang kaniyang buhok. Sa isang tabi ay nakasalang ang
isang palayok ng sinaing.

Tumingala si Fernando.
"Oy, Batang Adobong Mani! Nagugutom ka ba?
Gusto mo bang kumain ng isda at kanin? Heto, kumuha ka!"

"Salamat po," sagot ni Lakas.
"Maaari po bang turuan ninyo akong mag-karaoke?" tanong niya.

"Oo, sigurado!" sagot ni Fernando. "Bumalik ka bukas at
tuturuan kita. Baka sakaling maging **Karaoke King** ka rin."

**The next day, Lakas ran through the rain
to the Makibaka Hotel.**

The lobby was crowded even though water dripped from the ceiling.
A sign on the wall read, **"Karaoke Party today!"**

"Are you going to sing?" Firefoot asked Lakas. Suddenly Fernando
appeared from behind. The stars on his jumpsuit sparkled.

The Karaoke King approached the microphone as the music started.
"For you I will sing a song of love," he crooned.

But before he could begin, a voice boomed,

"What are you doing?"

**Kinabukasan, sumugod si Lakas sa ulan
patungong Makibaka Hotel.**

Punong-puno ng tao ang bulwagan kahit walang tigil ang tulo ng ulan
mula sa kisame. Sa isang pader ay may karatula: **"Karaoke Party today!"**

"Kakanta ka ba?" tanong ni Firefoot kay Lakas. Walang anu-ano ay dumating
si Fernando. Ang damit niya ay may mga bituing kumikislap.

Lumapit ang Karaoke King sa mikropono. "Ako'y may awit ng pag-ibig
para sa inyong lahat," ang kaniyang malambing at masuyong sinabi.

Ngunit bago pa man siya makapagsimula ay may boses na dumagundong.
"Ano sa tingin ninyo ang ginagawa ninyo?"

15

It was **Peachy, the building manager.**
Lakas looked up at her and said,
     "We're having a karaoke party. Don't you want to sing?"

Peachy frowned. Her face looked like a tomato.
     "No singing! **No** parties in the lobby!
     Karaoke time is **over!"**
She snatched the karaoke machine and clomped up the stairs.

     "Why is she in such a bad mood?" asked Lakas.

"Because the landlord is selling the building, and we have thirty days
to leave," Tick A. Boom said as he began to cry into his buckets.
Firefoot stomped his feet. The Karaoke King covered his face with
his cape.

The party was most definitely over.

Siya si **Peachy, ang tagapamahala
ng buong gusali.** Tinignan siya ni Lakas.
"Karaoke po tayo. Gusto po ba ninyong
kumanta?"

Sumimangot si Peachy at namula ang kanyang
mukha parang isang hinog na kamatis.
"Walang kantahan! **Walang** pistahan dito sa bulwagan!
Tapos na ang pagka-karaoke!"
Dinagit niya ang karaoke at padabog
na umakyat ng hagdan.

"Bakit po ba napaka-init ng ulo niya?" malungkot na tanong ni Lakas.

"Dahil ipinagbibili ng may-ari ng Makibaka Hotel ang buong gusaling ito.
     At kami raw ay kailangang umalis dito sa loob ng tatlumpong araw,"
paliwanag ni Tick A. Boom. Napaiyak siya at tumulo ang luha sa kanyang mga timba.
Si Firefoot naman ay pumadyak-padyak. Tinakpan ni Fernando ng kanyang kapa
ang mukha niya.

Tiyak na ito ang katapusan ng pagka-karaoke.

A week later, Lakas sat on the steps of the Makibaka Hotel. People had begun to pack and some were leaving. Soon, a man approached the steps. His suit was crisp and his shoes shined like a pair of stars.

Lakas squinted up at him.
> **"Do you live here?"** Lakas asked.
> "Does your mother live here?"

The man laughed. **"No, no, no...** My mother does not live **here."** The man frowned up at the Makibaka Hotel. "I am the landlord. This building belongs to **me."**

Pagkalipas ng isang linggo, umupo si Lakas sa hagdanan ng Makibaka Hotel. Karamihan ng mga nakatira doon ay nagsimula nang magbalot at ang iba ay nag-aalisan na. Biglang may ginoong lumakad na papalapit sa hagdan. Magara ang terno niya at ang suot niyang sapatos ay makinang tulad ng isang paris na bituin.

Patingalang tumingin si Lakas sa ginoo.
> **"Dito po ba kayo nakatira?"** tanong ni Lakas.
> "Dito po ba nakatira ang ina ninyo?"

Natawa ang ginoo. **"Hindi, hindi. Hindi** dito nakatira ang aking ina." Tumingala siya sa Makibaka Hotel. **"Ako** ang may-ari ng gusaling ito."

"My friends live here, and they don't want to leave.
Won't you let them stay, please?" said Lakas.

"Dito po nakatira ang mga
kaibigan ko at ayaw
nilang umalis.

**Maaari po bang
pahintulutan
ninyo silang
manatili dito?"**
pakiusap ni Lakas.

"They will find **other places to live,"** the man said impatiently.

Lakas thought about Firefoot, Tick A. Boom, and the Karaoke King.
He suddenly had an idea.

"Here, Mr. Landlord. This is my lucky nickel," Lakas said,
pulling his lucky nickel from his pocket and handing it to the man.
"Let's flip for it. **Heads,** my friends can stay. **Tails,** they have to leave."

The man's eyes opened wide. "This is not a game, little boy," said the man.
He put Lakas' lucky nickel in his pocket and turned to go.

"Makakahanap sila ng **ibang tirahan,"**
nagmamadaling sagot ng lalaki.

Naalala ni Lakas sina Tick A. Boom, si Firefoot,
at ang Karaoke King **at bigla siyang nakaisip ng isang plano.**

Dinukot ni Lakas sa bulsa niya ang kanyang masuwerteng singko at inabot sa may-ari.
"Heto po, ginoo, ang aking masuwerteng singko. Magbuntayag tayo.
Kung pagdapo ay **tao** ang mga kaibigan ko'y mananatili dito.
Pero kung **agila** po, kailangan nilang umalis."

Nanlaki ang mga mata ng lalaki. "Anak," mabagal na sagot niya, "hindi ito isang laro."
Kaniyang ibinulsa ang masuwerteng singko ni Lakas at naghandang umalis.

Lakas walked upstairs and knocked on Fernando's open door. His new friends were packing their suitcases. Anger suddenly jumped inside Lakas.

"I don't want you to leave. We'll go to the landlord's house tomorrow and tell him you want to stay!"

Fernando sighed. "Lakas, this has happened before. **We tried to fight and we had to move anyway.**"

Lakas' eyes flashed. "But this is your home. We have to try!"

Tick A. Boom and Firefoot and Fernando stopped packing. "You're right," they said.

"Let's do it!"

Umakyat si Lakas sa silid ni Fernando. Ang bago niyang mga kaibigan ay nagbabalot ng mga gamit sa maleta. Biglang nakaramdaman ng galit si Lakas.

"Ayokong umalis kayo. Pumunta tayo sa bahay ng may-ari at ipaalam natin na nais ninyong manatili dito."

Si Fernando ay nagbuntong-hininga. "Nangyari na ito noon. **Lumaban kami pero kinailangang lumipat din kami.**"

Nanlisik ang mga mata ni Lakas. "Ito ang inyong tahanan. Kailangang lumaban tayo!"

Napatigil sa pagbabalot sina Tick A. Boom, Firefoot at Fernando. "Talagang tama ka," sabay-sabay nilang sagot. **"Sige, lumaban tayo!"**

The following morning Lakas, Tick A. Boom, and Firefoot painted signs in Fernando's little room. The signs read **WE WON'T GO,** and **NO EVICTIONS,** and ***MAKIBAKA! HUWAG MATAKOT!*** which means *STRUGGLE, DON'T BE AFRAID!*

"You know," Lakas said as he painted, "Maybe if the landlord lets you stay, he can fix the leaks in the ceiling, and get rid of the mice." Firefoot and Tick A. Boom nodded.

"And maybe we can have **karaoke parties** again in the lobby," said Fernando.

Kinabukasan, sina Lakas, Tick A. Boom at Firefoot
ay nagpinta ng mga karatula sa maliit na silid ni Fernando:
HINDI KAMI AALIS!   WALANG PAPALAYASIN!   MAKIBAKA! HUWAG MATAKOT!

"Alam ninyo," wika ni Lakas habang nagpipinta, "kapag hindi kayo pinaalis
dito marahil ay ipaaayos ng may-ari ang mga tumutulong bubong," masiglang sabi niya.
"Pati siguro iyong mga daga ay ipaalis na rin," dugtong pa niya.
Sumang-ayon si, Firefoot at si Tick A. Boom.

"At marahil ay **magka-karaoke** ulit tayo sa bulwagan," sabi ni Fernando.

Downstairs, everyone at the hotel was ready to march. They crammed the lobby. They held their signs.

Suddenly, Peachy appeared at the top of the stairs with the karaoke machine. "I'm sorry I was so mean the other day. I don't want to have to leave, either. **Here, bring this to the march,"** she said as she handed it to Lakas. The people cheered.

Fernando looked at Lakas. "I was afraid before, but not now. We are together, no matter what happens. **In this way, we have already won."**

Sa ibaba ng otel, lahat ng tao ay handa nang magsipagmartsa. Punong-puno ang bulwagan. Dala-dala nila ang mga karatula.

Walang anu-ano ay dumating si Peachy na dala ang karaoke. "Pasensyahan mo na ako sa kasungitan ko kahapon. Masama kasi ang loob ko pagkat ayoko ring umalis dito. **Ayan, dalhin ninyo ito sa martsa,"** at inabot niya kay Fernando ang karaoke. Masiglang nagsigawan ang mga tao.

Tumingin si Fernando kay Lakas. "Takot ako noong una naming ginawa ito, pero hindi na ngayon. Magkakasama tayo anuman ang mangyari. **Kung tutuusin, ngayon pa lamang ay panalo na tayo,"** masayang wika ni Fernando.

"**It's time to go to the landlord's house!**" cried Lakas.

Tick A. Boom hit his buckets as everybody marched into the street. They chanted and stomped their feet. It was like a party. People stopped and stared and then joined them as they marched. Fernando and Lakas sang into the karaoke machine:

"They call us the Karaoke Kings!
We believe in what we sing!
We won't leave! We won't go!

Makibaka! Huwag matakot!
Makibaka! Huwag matakot!"

"**Panahon na upang tumungo sa tahanan ng may-ari!**"
sigaw ni Lakas.

Pinatunog ni Tick A. Boom ang kaniyang mga timba habang ang mga tao ay nagsipagmartsa sa kalye. Sila'y nagkantahan at nagpadyakan. Masaya ang lahat. May mga ibang taong nanunuod na sumama rin at nakipagmartsa. Sina Fernando at Lakas ay kumanta sa karaoke:

"Tawag sa ami'y Karaoke King!
Sa aming awit kami'y tapat!
Di kami aalis! Di kami lilipat!

Makibaka! Huwag matakot!
Makibaka! Huwag matakot!

Meanwhile, the landlord sat at his desk nervously tossing **Lakas' lucky nickel** in the air.
Each time the nickel dropped into his hand, it landed the same way:
Heads. Heads. Heads.

The landlord heard the people chanting as they gathered in front of his house,
"NO, NO, WE WON'T GO!"

The landlord looked out the window at the crowd outside.
He remembered what Lakas had said to him:
Heads, they can stay; tails, they have to move.
And he tossed Lakas' lucky nickel into the air.

It fell into his palm, **heads up.**

Samantala, ang may-ari ay nakaupo sa kaniyang hapag sulatan at kakaba-kabang
ibinubuntayag ang **masuwerting singko ni Lakas.** Kagulat-gulat.
Tuwing dadapo sa kaniyang palad ay tao.
Ulit-ulit niyang ginawa ito. Palaging tao ang labas.
Tao!   Tao!   Tao!

Narinig niya ang mga taong nagsisigawan sa harap ng bahay niya.
"HINDING-HINDI KAMI AALIS!" sigaw nila.

Dumungaw sa bintana ang may-ari at pinagmasdan ang mga tao labas.
Naalala niya ang sabi ni Lakas:
Pag tao ang dumapo, mananatili dito ang mga kaibigan ko.
Pag agila, kailangan nilang umalis.
Ibinuntayag ng may-ari ang masuwerteng singko ni Lakas sa himpapawid.

Dumapo ito sa palad niya. **Tao!**

Keeping up the struggle...

In 2002, the tenants of the Trinity Plaza Apartments in San Francisco were faced with the demolition of their homes. An amazing group of people made up of seniors, young people, artists, and activists came together with a common purpose — to fight for the rights of people over profit. It has been my privilege to work with these tenants and activists who are so deeply committed to their community.

The tenants of the Trinity Plaza Apartments won their struggle. But they continue to struggle alongside other groups in San Francisco to fight the gentrification of neighborhoods, and to keep the cost of housing affordable for working-class people.

— Anthony D. Robles

Photograph by Carl Angel

Anthony D. Robles is a writer and activist living in San Francisco. His poetry has appeared in journals and magazines, including *Pinoy Poetics, The Asian Pacific American Journal,* and the anthology *Seven Card Stud with Seven Manangs Wild.* He is also the author of *Lakas and the Manilatown Fish.*

Dedicated to my great grandmother Sarah C. Wright and Grandfather Robert H. French; to the late Pablo Romero of the Trinity Plaza Tenants Association; to the late Vicente Pascua; to the wonderful folks at the Trinity Plaza Tenants Association, The Manilatown Heritage Foundation, and SOMCAN; and to the young activists here and in the Philippines who show me so much. Thanks also to my mom and Pete, my dad, and Rheena for their continuing love and support. —AR

Photograph by Abe Ignacio

Carl Angel is an artist and graphic designer whose work has been exhibited in galleries and museums throughout the San Francisco Bay Area. Born in Maryland and raised in Hawaii, Carl now lives in San Leandro, CA. He has illustrated several books, including *Lakas and the Manilatown Fish.*

This book is dedicated to the previous generations who made a home for us to sleep, eat, love, and dream. —CA

Story copyright © 2006 by Anthony D. Robles
Illustrations copyright © 2006 by Carl Angel

Editor: Dana Goldberg
Design & Production: Dana Goldberg
Production Assistance: Janine Macbeth
Tagalog translation: Eloisa D. de Jesús
Native Reader: Leah Laxamana

Thanks to Ana-Elba Pavón, Estella Manila, Stacy Fat at Oakland Asian Students Educational Services, Al Robles, Holly Kim, Melinda de Jesús, Janette Wong, Oscar Penaranda, and the staff of Children's Book Press.

Distributed to the book trade through Publishers Group West. Quantity discounts are available through the publisher for educational and nonprofit use.

Printed in Hong Kong through Marwin Productions
10 9 8 7 6 5 4 3 2 1

Children's Book Press is a nonprofit publisher of multicultural literature for children. Write to us for a complimentary catalog: Children's Book Press, 2211 Mission Street, San Francisco, CA 94110. Visit us on the web at: www.childrensbookpress.org

Library of Congress Cataloging-in Publication Data

Robles, Anthony D., 1964-
 Lakas and the Makibaka Hotel / story by Anthony D. Robles; illustrations by Carl Angel; translation by Eloisa D. de Jesús = Si Lakas at ang Makibaka Hotel / kuwento ni Anthony D. Robles; ni paglalarawan ni Carl Angel; ni paglalarawan ni Eloisa D. de Jesús.
   p. cm.
 In English with Tagalog translation.
 Summary: Young Lakas convinces his friends Tick A. Boom, Firefoot, and Fernando to fight against being evicted, for needed repairs, and for the right to have karaoke parties in the lobby of the hotel that they call home.
 ISBN-13: 978-0-89239-213-1
 ISBN-10: 0-89239-213-4
 1. Filipino Americans—Juvenile fiction. [1. Filipino Americans—Fiction. 2. Landlord and tenant—Fiction. 3. Hotels, motels, etc.—Fiction. 4. Karaoke—Fiction. 5. Tagalog language materials—Bilingual. 6. San Francisco (Calif.)—Fiction.]
I. Title. Si Lakas at ang Makibaka Hotel. II. Angel, Carl, ill. III. Jesús, Eloisa D. de. IV. Title.

PZ90.T5R63 2006
[Fic]—dc22   2005023735